yukismart.com/b/634d37
AF364830
1
2

girl

女孩

nǚ hái

boy

男孩

nán hái

mommy

妈妈

mā ma

daddy

爸爸

bà ba

young

年轻

nián qīng

old

年长

nián zhǎng

child

小孩
xiǎo hái

adult

成人
chéng rén

accept

赞成

zàn chéng

refuse

拒绝

jù jué

yes

是

shì

no

否

fǒu

smile

微笑

wēi xiào

cry

哭

kū

happy

高兴

gāo xīng

sad

伤心

shāng xīn

alone

独自

dú zì

together

一起

yì qǐ

noise

噪音

zào yīn

quiet

安静

ān jìng

hot

热

rè

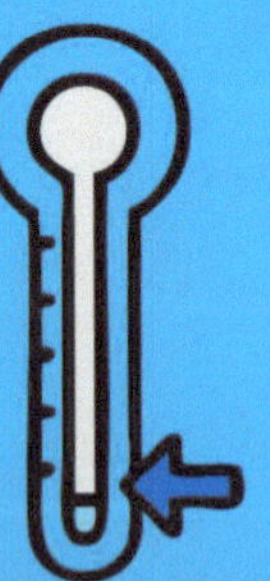

cold

冷

lěng

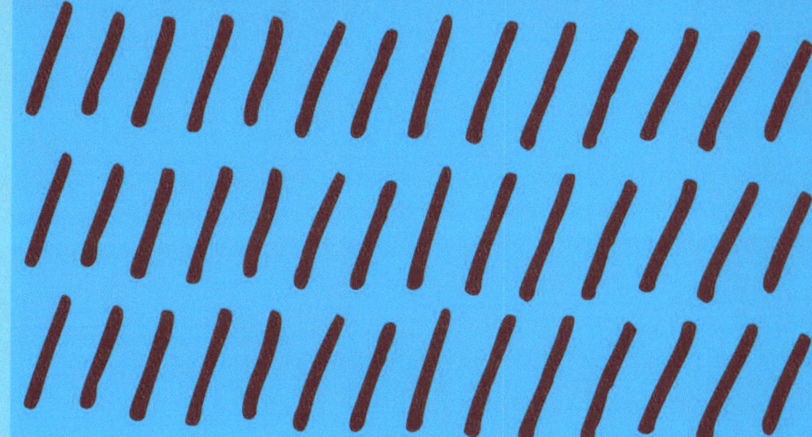

a little

一点

yì diǎn

a lot

很多

hěn duō

solid

固体

gù tǐ

liquid

液体

yè tǐ

short

短

duǎn

long

长

zhǎng

slow

慢

màn

fast

快

kuài

tiny

微小

wēi xiǎo

small

小

xiǎo

big

大

dà

huge

庞大

páng dà

in

里 面

lǐ miàn

out

外 面

wài miàn

inflated

充 气

chōng qì

deflated

泄 气

xiè qì

on

在上面

zài shàng miàn

under

下面

xià miàn

dirty
脏
zàng

clean
干净
gān jìng

identical
相同
xiāng tóng

different
不同
bù tóng

left
左
zuǒ

right
右
yòu

$$1 + 1 = 5$$

wrong
错误
cuò wù

$$1 + 1 = 2$$

correct
正确
zhèng què

thin

薄

báo

thick

厚

hòu

easy

容易

róng yì

difficult

困难

kùn nán

close
关
guān

open
打开
dǎ kāi

tall

高

gāo

short

矮

ǎi

healthy

健康
jiàn kāng

sick

生病
shēng bìng

day

白天

bái tiān

night

夜晚

yè wǎn

play

玩

wán

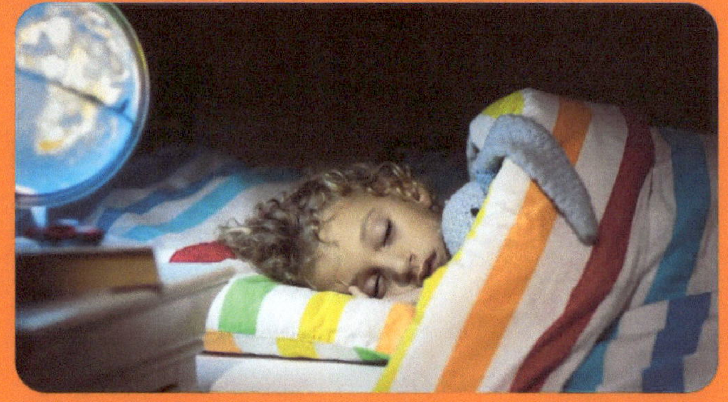

sleep

睡觉

shuì jiào

sunny

晴天

qíng tiān

cloudy

阴天

yīn tiān

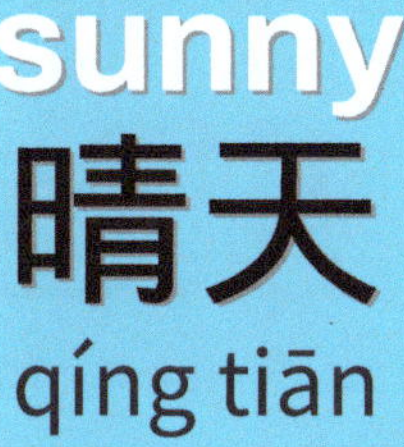

rainy

雨天

yǔ tiān

stormy

雷雨天

léi yǔ tiān

white

白色

bái sè

black

黑色

hēi sè

light colors

浅色

qiǎn sè

dark colors

深色

shēn sè

sweet

甜

tián

sour

酸

suān

salty

咸

xián

bitter

苦

kǔ

whole

完整

wán zhěng

half

一半

yí bàn

full

满

mǎn

empty

空

kōng

eat

吃

chī

drink

喝

hē

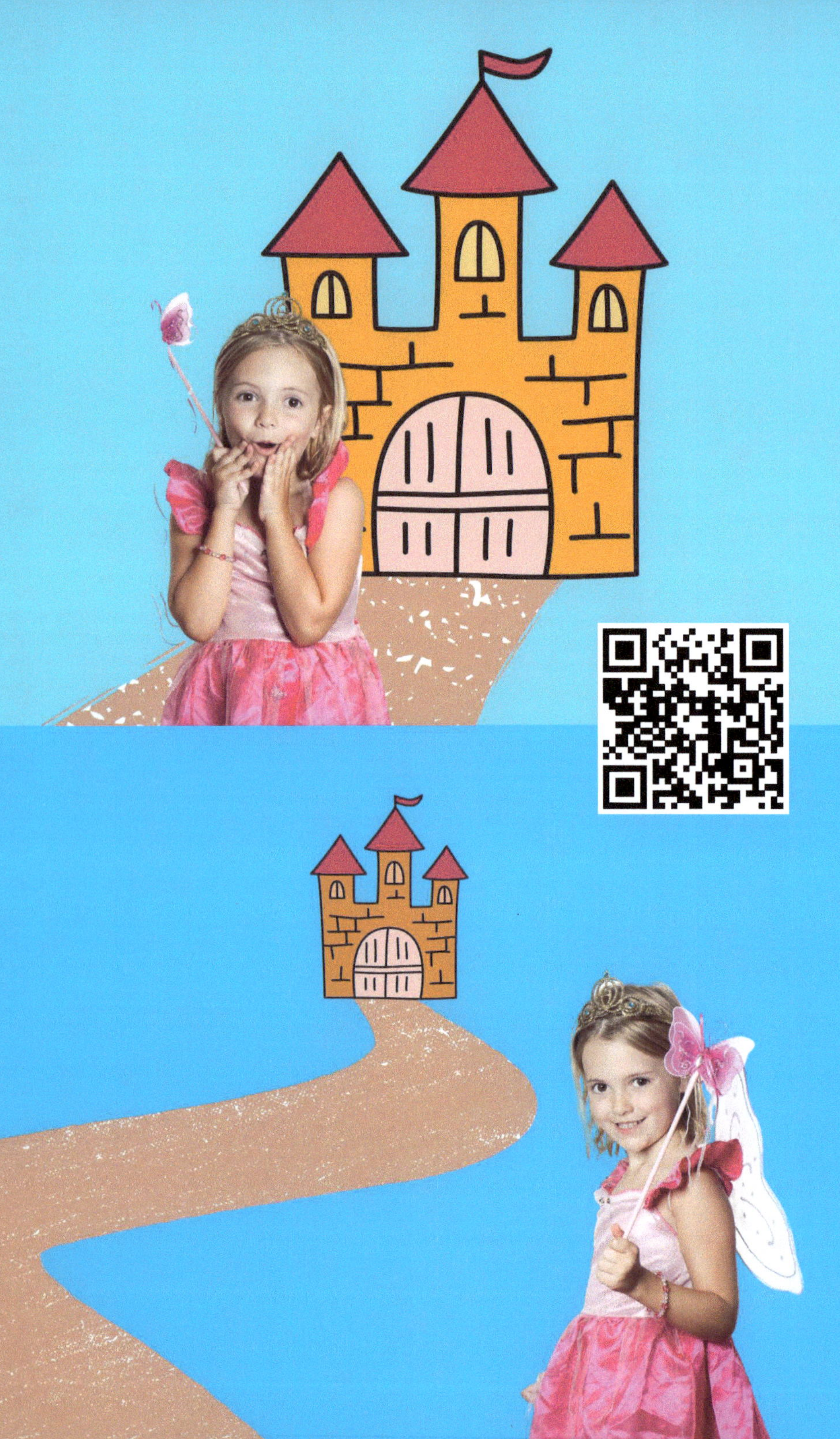

near

近

jìn

far

远

yuǎn

there

那里
nà lǐ

here

这里
zhè lǐ

stand up

站立

zhàn lì

lay down

躺下

tǎng xià

sit down

坐下

zuò xia

curly hair

卷发

juǎn fà

straight hair

直发

zhí fà

soaked

湿透

shī tòu

wet

湿

shī

dry

干燥

gān zào

in front of
在前面
zài qián miàn

behind
在后面
zài hòu miàn

between
在中间
zài zhōng jiān

beside
在旁边
zài páng biān

roof

屋顶

wū dǐng

floor

地板

dì bǎn

heavy

重

zhòng

light

轻

qīng

fragile

易碎

yì suì

hardy

坚硬

jiān yìng

weak

弱

ruò

strong

强

qiáng

sharp

尖
jiān

soft

软
ruǎn

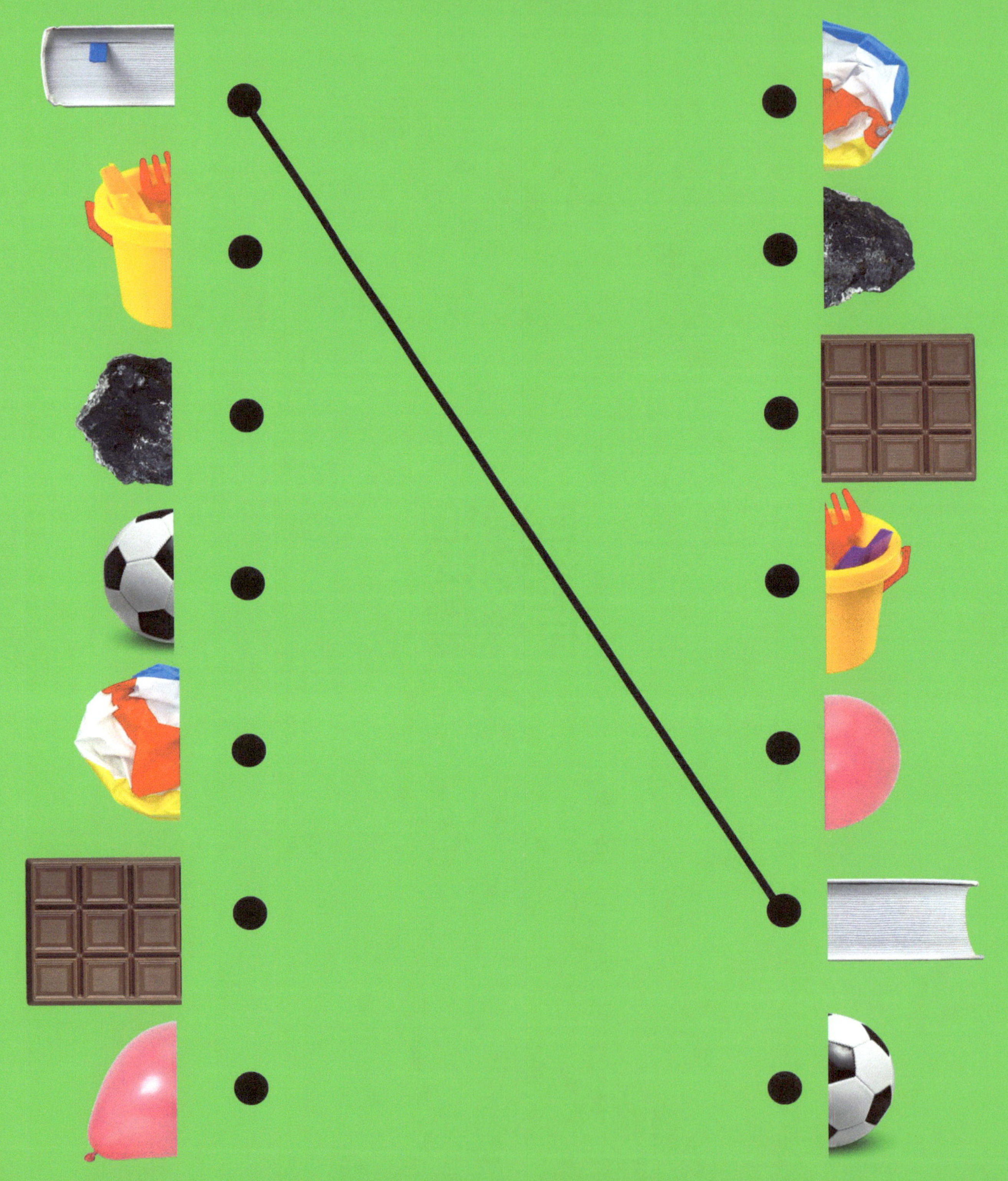